Impressum
Verlag: BABADADA GmbH, Nedderfeld 112 , 22529 Hamburg
Geschäftsführer / Verlagsleitung: Harald Hof
Druck: Books on Demand GmbH, In de Tarpen 42, 22848 Norderstedt

Imprint
Publisher: BABADADA GmbH, Nedderfeld 112 , 22529 Hamburg, Germany
Managing Director / Publishing direction: Harald Hof
Print: Books on Demand GmbH, In de Tarpen 42, 22848 Norderstedt, Germany

trường học

اسکول

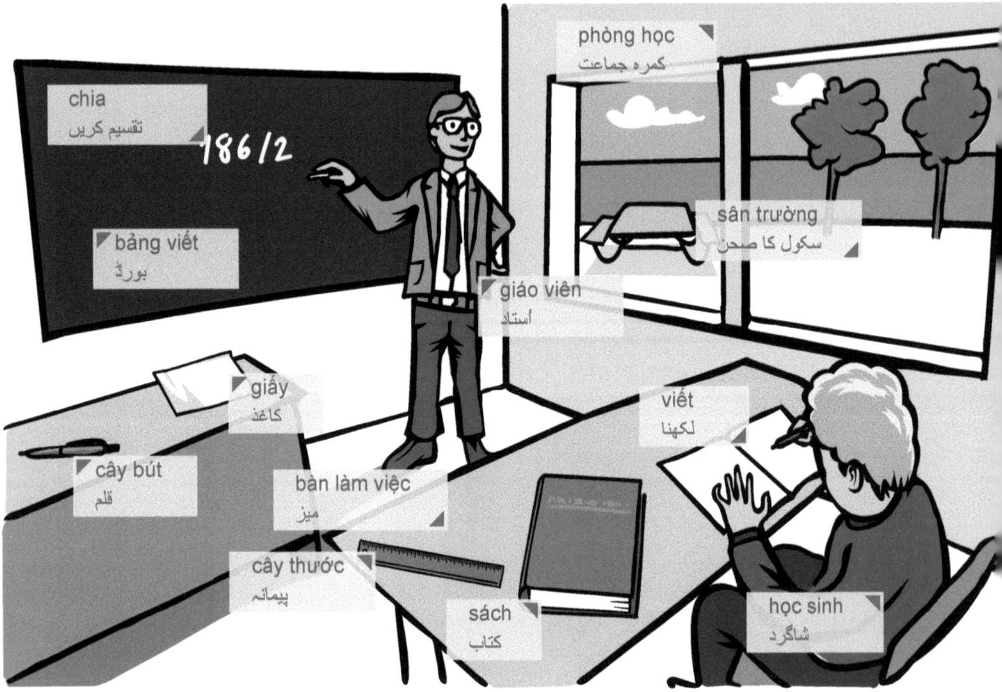

phòng học
کمرہ جماعت
chia
تقسیم کریں
186/2
bảng viết
بورڈ
sân trường
سکول کا صحن
giáo viên
اُستاد
giấy
کاغذ
viết
لکھنا
cây bút
قلم
bàn làm việc
میز
cây thước
پیمانہ
sách
کتاب
học sinh
شاگرد

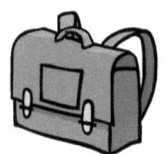

cặp đeo vai học sinh

بستہ

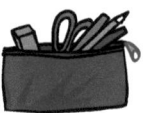

hộp đựng bút

پینسل کیس

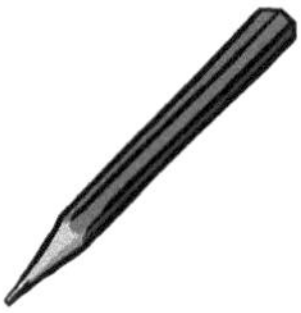

bút chì

پینسل

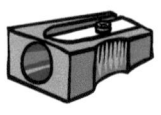

cái gọt bút chì

پینسل شارپنر

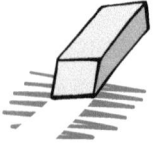

cục tẩy

ربڑ

tập giấy vẽ

ڈرائنگ پیڈ

bản vẽ

ڈرائنگ

cọ vẽ

پینٹ برش

hộp mực vẽ

پینٹ باکس

cây kéo

قینچی

keo dán

گوند

sách bài tập

مشق کی کاپی

bài tập ở nhà

ہوم ورک

12

số

ہندسہ

2+2

cộng

جمع کریں

5-2

trừ

منفی کریں

2✕2

nhân

ضرب دیں

tính toán

شمار کریں

A

chữ cái

خط

**ABCDEFG
HIJKLMN
OPQRSTU
VWXYZ**

bảng chữ cái

حروف تہجی

hello

từ

لفظ

văn bản

متن

đọc

پڑھنا

phấn viết

چاک

bài học

سبق

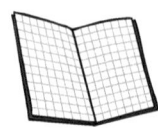

sổ lớp

اندراج

thi kiểm tra

امتحان

chứng chỉ

سند

đồng phục học sinh

سکول یونیفارم

giáo dục

تعلیم

từ điển bách khoa

انسائیکلوپیڈیا

đại học

یونیورسٹی

kính hiển vi

خورد بین

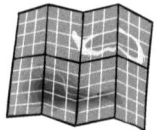

bản đồ

نقشہ

thùng rác giấy

ویسٹ پیپرباسکٹ

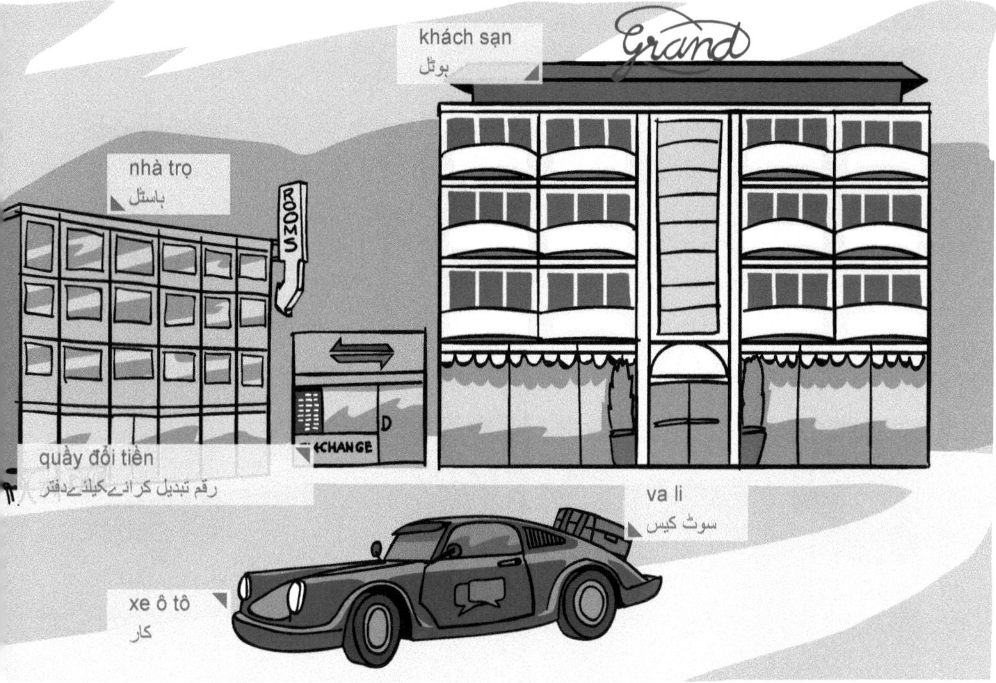

khách sạn
ہوٹل
Grand
nhà trọ
ہاسٹل
ROOMS
quầy đổi tiền
رقم تبدیل کرانے کیلئے دفتر
va li
سوٹ کیس
xe ô tô
کار

ngôn ngữ

زبان

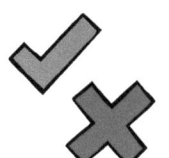

có / không

ہاں / نہیں

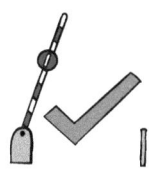

ô kê

ٹھیک ہے

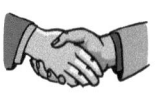

Xin chào

ہیلو

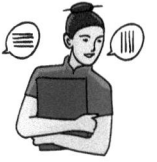

thông dịch viên

مُترجم

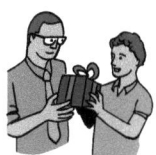

cám ơn

شُکریہ

... bao nhiêu tiều?

؟ ... کی کیا قیمت ہے

tôi không hiểu

میں نہیں سمجھتا

vấn đề

مشکل

Xin chào! (buổi tối)

!شام بخیر

xin chào! (buổi sáng)

!صبح بخیر

chúc ngủ ngon!

!شب بخیر

tạm biệt

الوداع

hướng đi

سمت

hành lý

سفری سامان

túi xách

بیگ

túi ba lô

بیگ پیک

khách

مہمان

phòng

کمرہ

túi ngủ

سلیپنگ بیگ

lều

ٹینٹ

thông tin du lịch
سياحوں كرلئے معلومات

bãi biển
ساحل

thẻ tín dụng
كريڈٹ كارڈ

ăn sáng
ناشتہ

ăn trưa
لنچ

ăn tối
ڈنر

vé xe
ٹكٹ

thang máy
لفٹ

tem bưu điện
مہر

biên giới
سرحد

hải quan
كسٹمز

đại sứ quán
سفارت خانہ

thị thực
ویزا

hộ chiếu
پاسپورٹ

vận chuyển

نقل وحمل

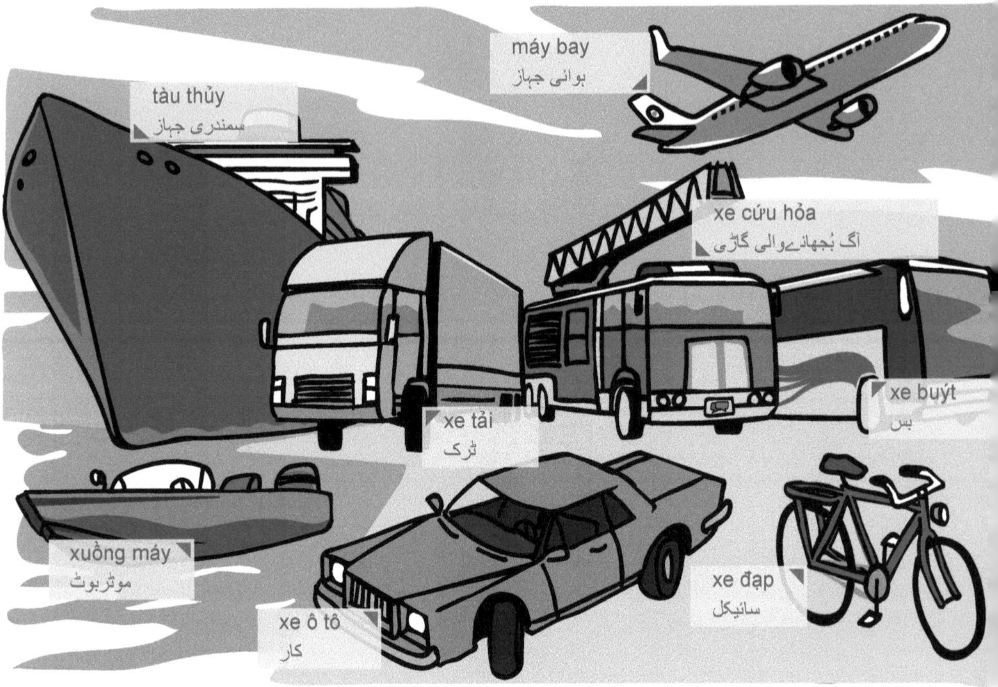

máy bay
ہوائی جہاز
tàu thủy
سمندری جہاز
xe cứu hỏa
آگ بُجھانےوالی گاڑی
xe buýt
بس
xe tải
ٹرک
xuồng máy
موٹربوٹ
xe đạp
سائیکل
xe ô tô
کار

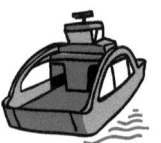

phà

فیری

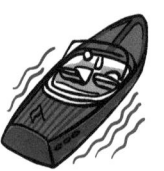

xuồng

کشتی

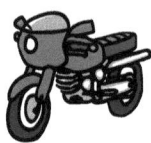

xe máy

موٹرسائیکل

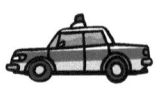

xe cảnh sát

پولیس کار

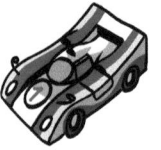

xe đua

ریسنگ کار

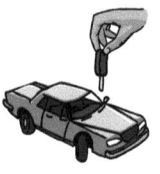

xe cho thuê

کرایہ پرکار

dịch vụ thuê xe tự lái

کار کا اشتراک کرنا

xe kéo cứu hộ

کھینچنے والا ٹرک

xe rác

کوڑے والا ٹرک

động cơ

کار

xăng

ایندھن

trạm xăng

پٹرول اسٹیشن

biển báo giao thông

ٹریفک کے نشانات

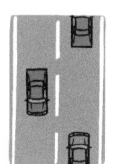

giao thông

ٹریفک

ách tắc giao thông

ٹریفک جام

bãi đậu xe

کار پارک

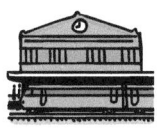

nhà ga

ٹرین اسٹیشن

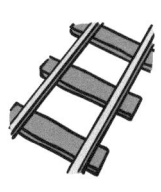

đường ray

پٹڑیاں

xe lửa

ٹرین

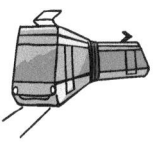

tàu điện

ٹرام

toa xe

ویگن

máy bay trực thăng

بیلی کاپٹر

sân bay

انرپورٹ

tháp

ٹاور

hành khách

مسافر

côngtenơ

کنٹینر

thùng các-tông

ڈبہ

xe đẩy

ریڑھا

cái giỏ

ٹوکری

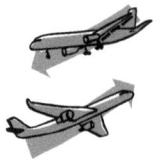

cất cánh / hạ cánh

اڑان بھرنا / زمین پر اترنا

thành phố

شہر

làng

گاؤں

trung tâm thành phố

سٹی سنٹر

nhà

مکان

rạp chiếu phim
سنیما

quảng cáo
اشتہار

đèn đường
اسٹریٹ لیمپ

đường phố
گلی

taxi
ٹیکسی

quán ăn nhẹ
اسنیک شاپ

người đi bộ
پیدل چلنے والا

vỉa hè
پُختہ راستہ

CINEMA

ngã tư giao thông
پارکرنے کی جگہ

phần đường có vạch cho người đi bộ
زیبرا کراسنگ

thùng rác lớn
بن

đèn hiệu giao thông
ٹریفک لائٹس

nhà chòi
....
بٹ

căn hộ
....
فلیٹ

nhà ga
....
ٹرین اسٹیشن

tòa thị chính
....
ٹاؤن ہال

viện bảo tàng
....
عجائب گھر

trường học
....
اسکول

đại học

یونیورسٹی

ngân hàng

بینک

bệnh viện

ہسپتال

khách sạn

ہوٹل

hiệu thuốc

فارمیسی

văn phòng

دفتر

hiệu sách

کتابوں کی دکان

cửa hiệu

دکان

cửa hiệu bán hoa

پھولوں کی دکان

siêu thị

سُپر مارکیٹ

chợ

مارکیٹ

cửa hàng bách hóa

ڈیپارٹمنٹ سٹور

người bán cá

مچھلی کی دُکان

trung tâm mua bán

شاپنگ سنٹر

bến cảng

بندرگاہ

công viên

پارک

ghế băng

بنچ

cầu

پُل

cầu thang

سیڑھیاں

tàu điện ngầm

انڈرگراؤنڈ

đường hầm

سرُنگ

trạm xe buýt

بس اسٹاپ

quán bar

شراب خانہ

khách sạn

ریسٹورنٹ

hòm thư công cộng

پوسٹ باکس

bảng hiệu đường

اسٹریٹ سائن

đồng hồ đậu xe

پارکنگ میٹر

vườn bách thú

چڑیا گھر

bể bơi

سونمنگ پول

nhà thờ Hồi giáo

مسجد

nông trại

کھیت

ô nhiễm môi trường

آلودگی

nghĩa trang

قبرستان

nhà thờ

چرچ

sân chơi

کھیل کا میدان

ngôi đền

مندر

phong cảnh

منظر

lá cây
پتہ

bảng chỉ đường
ریلنگایک یلگا یوا بورڈ

lối đi
راستہ

bãi cỏ
سبزه زار

hòn đá
پتھر

cây
درخت

người đi bộ đường dài
پیدل چلنےوالا، ہائکر

sông
دریا

cỏ
گھاس

bông hoa
پھول

thung lũng

وادی

đồi

پہاڑی

hồ nước

جھیل

rừng

جنگل

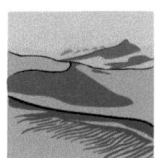

sa mạc

صحرا

núi lửa

آتش فشاں

lâu đài

قلعہ

cầu vồng

قوس قزح

nấm

کھمبی

cây cọ

کجھورکا درخت

con muỗi

مچھر

con ruồi

مکھی

con kiến

چیونٹی

con ong

مکھی

con nhện

مکڑا

bọ cánh cứng

بھونرا

con ếch

مینڈک

con sóc

گلہری

con nhím

خارپُشت

con thỏ

خرگوش

con cú

اُلو

con chim

پرنده

thiên nga

راج ہنس

heo rừng

سؤر

con hươu

بِرن

nai sừng tấm

امریکی بارہ سنگھا

đê

ڈیم

tuabin gió

ہوا سے چلنے والی ٹربائنین

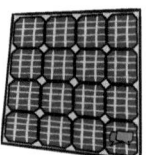

tấm năng lượng mặt trời

سولرپینل

khí hậu

آب و ہوا

khách sạn

ریسٹورنٹ

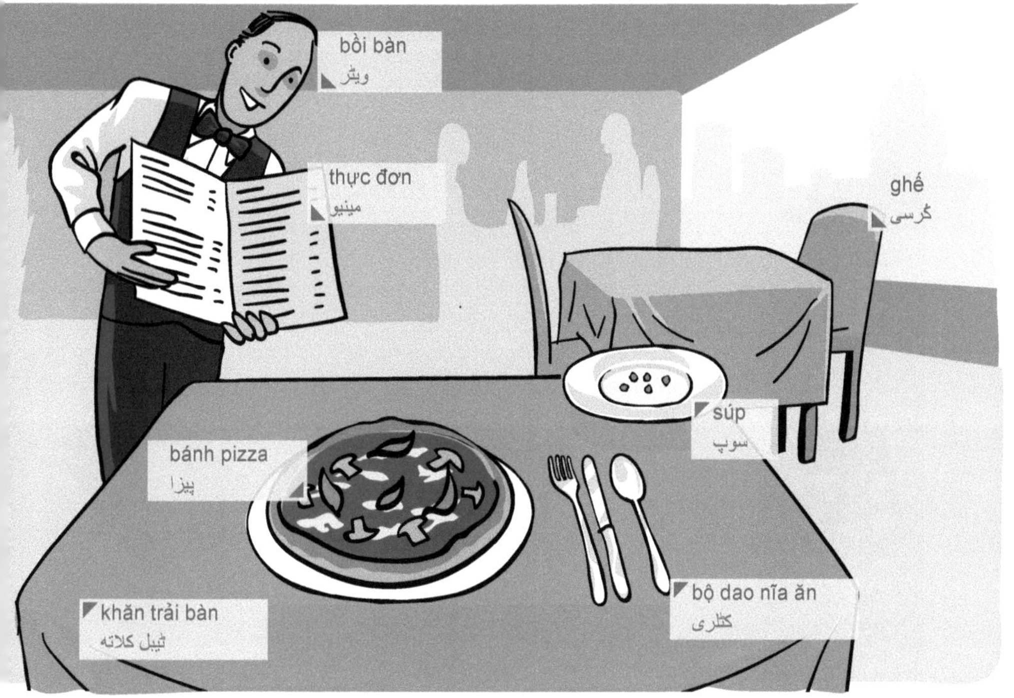

bồi bàn
ویٹر
thực đơn
مینیو
ghế
کرسی
súp
سوپ
bánh pizza
پیزا
khăn trải bàn
ٹیبل کلاتھ
bộ dao nĩa ăn
کٹلری

món ăn khai vị

اسٹارٹر

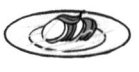

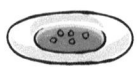

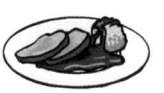

món ăn chính

مین کورس

món tráng miệng

ڈیزرٹ

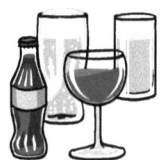

thức uống

مشروبات

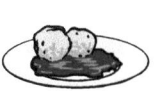

thức ăn

کھانےکی اشیاء

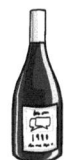

cái chai

بوتل

thức ăn nhanh

فاسٹ فوڈ

thức ăn đường phố

اسٹریٹ فوڈ

ấm trà

چائے دانی

hộp đường

شوگر باکس

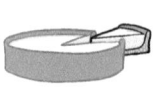

khẩu phần

حصہ

máy pha espresso

ایسپریسو مشین

ghế cao

اونچی کرسی

hóa đơn

بل

khay

ٹرے

dao

چھُری

nĩa

کانٹا

thìa

چمچ

thìa uống trà

چائے کا چمچ

khăn ăn

سرویئٹی

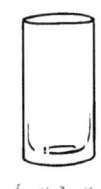

cốc thủy tinh

شیشہ

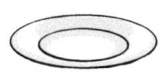

đĩa

پلیٹ

đĩa súp

سوپ پلیٹ

đĩa lót cốc

طشتری

nước sốt

چٹنی

lọ muối

سالٹ شیکر

cái xay tiêu

پیپرمل

giấm

سرکہ

dầu

خوردنی تیل

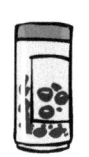

gia vị

مصالحے

nước xốt cà chua

کیچپ

tương hạt cải

سرسوں

nước sốt mayonnaise

مینوُنیز

siêu thị

سُپرمارکیٹ

chào giá đặc biệt
خصوصی پیشکش
FOR
khách hàng
گاہک
sản phẩm từ sữa
ڈیری
trái cây
پھل
xe đẩy mua sắm
ٹرالی

BUTCHERS

lò mổ

گوشت کی دُکان

BAKERY

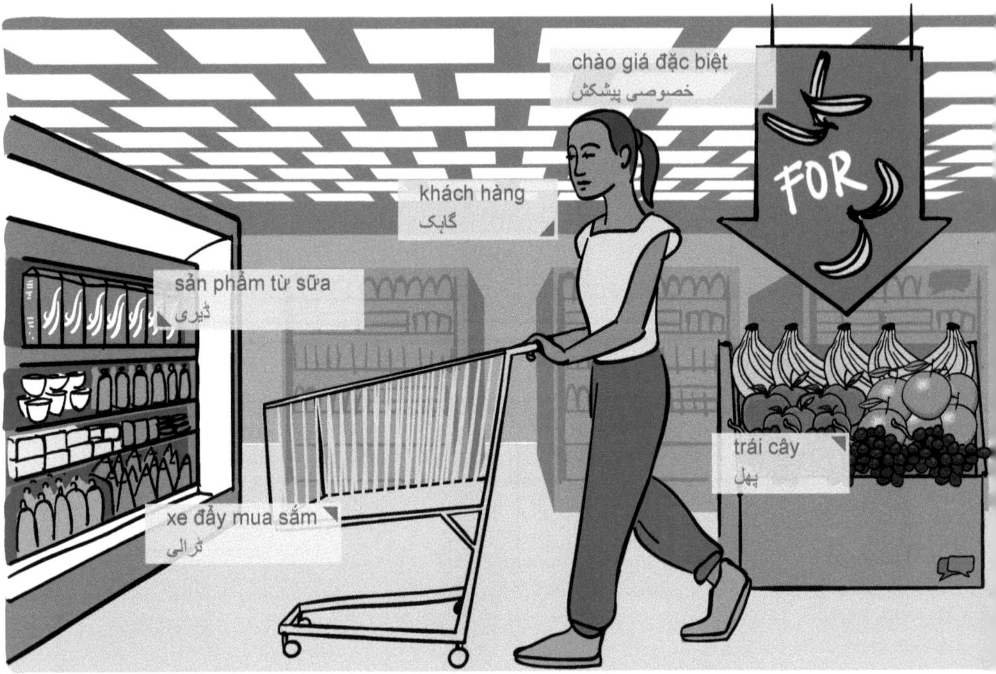

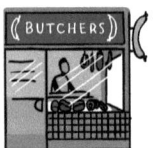

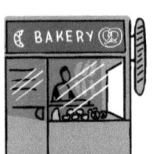

cửa hiệu bán bánh mì

بیکری

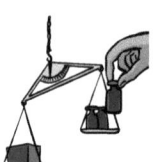

cân nặng

وزن کرنا

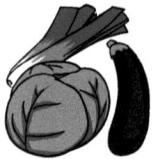

rau quả

سبزیاں

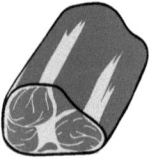

thịt

گوشت

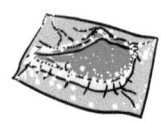

thức ăn đông lạnh

جما ہوا کھانا

lát thịt nguội

كولڈ كٹس

đồ hộp

ڈبے میں بند كھانا

bột giặt

واشنگ پاؤڈر

đồ ngọt

مٹھائیاں

sản phẩm dùng trong gia đình

گھریلو مصنوعات

chất tẩy rửa

صاف کرنے کیلئے مصنوعات

người bán hàng

سیلزپرسن

quầy trả tiền

کیش رجسٹر

nhân viên thu ngân

کیشئیر

danh sách mua sắm

خریداری کی فہرست

giờ mở cửa

اوقات کار

ví tiền

بٹوہ

thẻ tín dụng

کریڈٹ کارڈ

túi đeo

تھیلا

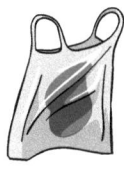

túi ny lông

پلاسٹک کے تھیلے

thức uống

nước

پانی

nước quả ép

جوس، رس

sữa

دودھ

coca-cola

کوک

rượu vang

وائن

bia

بیئر

cồn

الكوحل

cacao

کوکوآ

trà

چائے

cà phê

کافی

espresso

ایسپریسو

cappuccino

کیپاچینو

chuối

کیلا

quả táo

سیب

quả cam

مالٹا

dưa hấu

خربوزه

chanh

لیموں

cà rốt

گاجر

tỏi

لہسن

tre

بانس

củ hành

پیاز

nấm

کُھمبی

hạt dẻ

اخروٹ، بادام وغیره

mì

نوڈلز

mì spaghetti

اسپیگیٹی

cơm

چاول

xà lách

سلاد

khoai tây chiên

چپس

khoai tây chiên

تلے گئے آلو

bánh pizza

پیزا

bánh hamburger

بیم برگر

bánh mì sandwich

سینڈوچ

thịt côtlet

کٹلیٹ

thịt giăm bông

سؤر کی ران کا گوشت

xúc xích

گوشت کی اطالوی ساسیج

dồi

ساسیج

gà

مُرغی

rán

روسٹ

cá

مچھلی

cháo yến mạch

جنی کا دلیہ

cháo muesli

میوزلی

bánh bột ngô nướng

کارن فلیکس

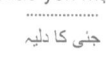

bột mì

آٹا

bánh sừng bò

کروئیسنٹ

bánh mì

بریڈ رول

bánh mì

بریڈ

bánh mì nướng

ٹوسٹ

bánh bích quy

بسکٹ

bơ

مکھن

sữa đông

دہی

bánh ngọt

کیک

trứng

انڈا

trứng rán

فرائی کیا گیا انڈہ

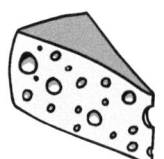

pho mát

پنیر

kem

أنس كريم

đường

چینی

mật ong

شہد

mứt

جام

kem nougat

ناؤگٹ کريم

cà ri

سالن

nông trại

کھیت

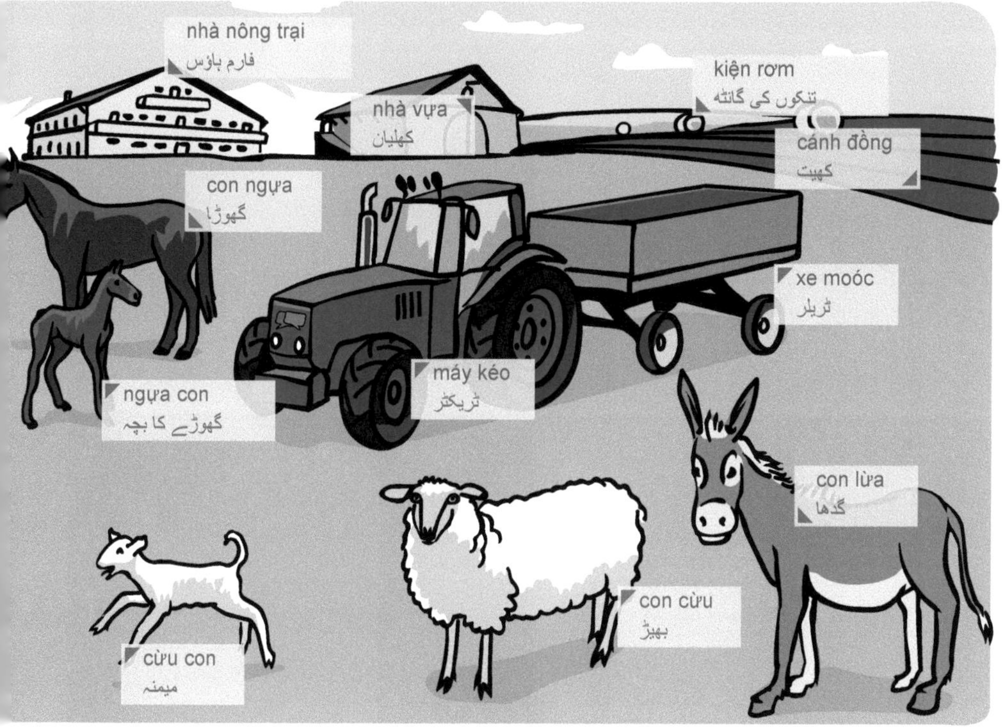

nhà nông trại
فارم ہاؤس
nhà vựa
کھلیان
kiện rơm
تنکوں کی گانٹھ
cánh đồng
کھیت
con ngựa
گھوڑا
xe moóc
ٹریلر
máy kéo
ٹریکٹر
ngựa con
گھوڑے کا بچہ
con lừa
گدھا
con cừu
بھیڑ
cừu con
میمنہ

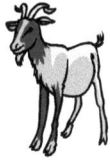

con dê

بکری

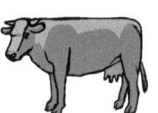

con bò

گائے

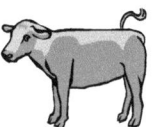

con bê

بچھڑا

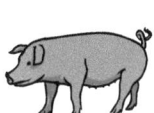

con lợn

سؤر

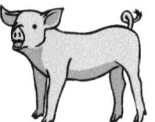

lợn con

سؤر کا بچہ

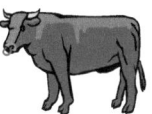

bò đực

سانڈ

con ngỗng

راج ہنس

con vịt

بطخ

gà con

چوزہ

gà mái

مُرغی

gà trống

مُرغا

con chuột

چوہا

mèo

بلی

chuột nhắt

چوہا

bò đực

بیلچم

con chó

گتا

nhà chuồng chó

گتے کا گھر

ống tưới vườn cây

گارڈن ہاؤس

thùng tưới cây

پانی کا کین

lưỡi hái

درانتی

cái cày

ہل

nông trại - کھیت

cái liềm

درانتی

cái cuốc

بیلچہ

cái chĩa

ترنگل

cái rìu

کلہاڑا

xe cút kít

ٹھیلہ گاڑی

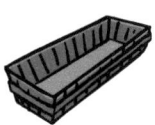

máng ăn

حوض

lọ sữa

دودھ کا کین

bao tải

تھیلا

hàng rào

باڑ

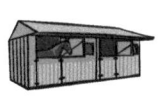

chuồng

اصطبل

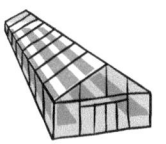

nhà kính trồng cây

گرین ہاؤس

đất trồng

مٹی

hạt giống

بیج

phân bón

فرٹیلائزر

máy gặt đập liên hợp

کمبائن ہاروسٹر

thu hoạch

فصل کاٹنا

mùa thu hoạch

فصل کاٹنا

khoai lang

افریقی آلو

lúa mì

گندم

đậu nành

سویا

khoai tây

آلو

ngô

مکئی

hạt cải dầu

توریا کا تیل

cây ăn trái

پھلداردرخت

sắn

کساوا

ngũ cốc

دلیہ

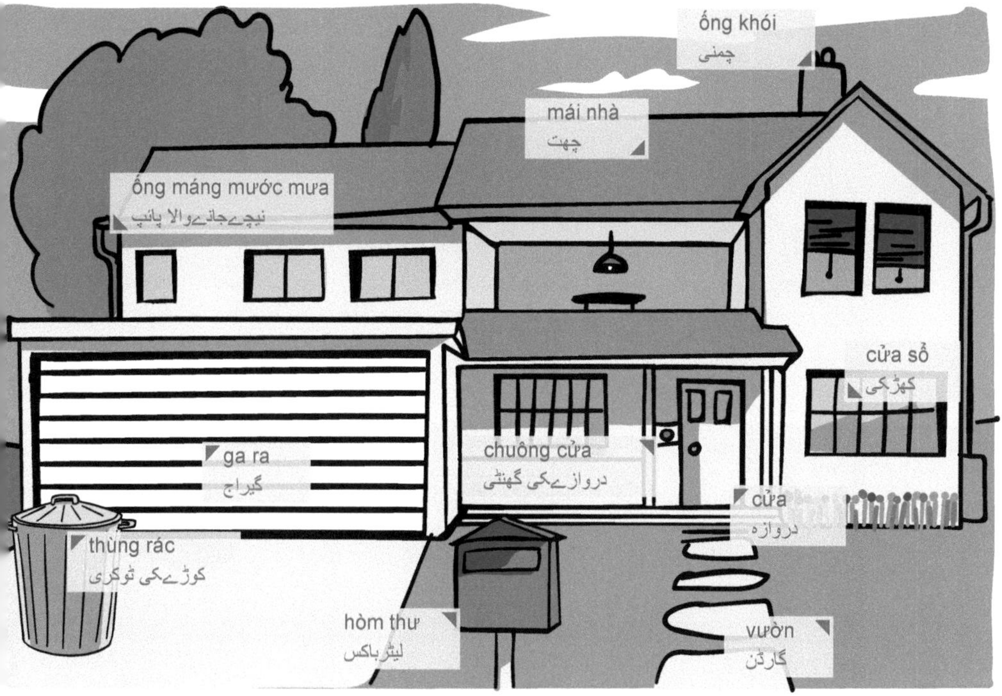

ống khói
چمنی

mái nhà
چھت

ống máng mước mưa
نیچے جانے والا پائپ

cửa sổ
کھڑکی

ga ra
گیراج

chuông cửa
دروازے کی گھنٹی

cửa
دروازہ

thùng rác
کوڑے کی ٹوکری

hòm thư
لیٹر باکس

vườn
گارڈن

phòng khách
....
لوونگ روم

phòng tắm
....
غسل خانہ

bếp
....
باورچی خانہ

phòng ngủ
....
بیڈروم

phòng trẻ em
....
بچوں کا کمرہ

phòng ăn
....
کھانے کا کمرہ

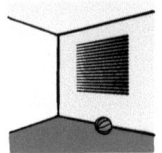

nền nhà

فرش

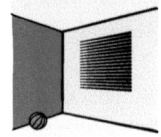

tường

دیوار

trần nhà

چهت

tầng hầm

تہ خانہ

tắm hơi

سوانا

ban công

بالکونی

sân hiên

ٹیریس

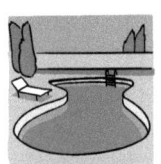

bể bơi

پول

máy cắt cỏ

گھاس کاٹنےکی مشین

khăn trải giường

چادر

khăn trải giường

چادر

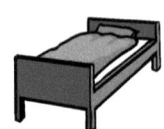

giường

بستر

chổi

جھاڑو

cái xô

بالٹی

công tắc điện

سویچ

phòng khách

لوونگ روم

giấy dán tường
وال پیپر
hình ảnh
تصویر
đèn
لیمپ
cái kệ
شیلف
tủ
الماری
ti vi
ٹیلی ویژن
lò sưởi
آتش دان
bông hoa
پھول
gối
کُشن
ghế sofa
صوفہ
bình hoa
گلدان
điều khiển từ xa
ریموٹ کنٹرول

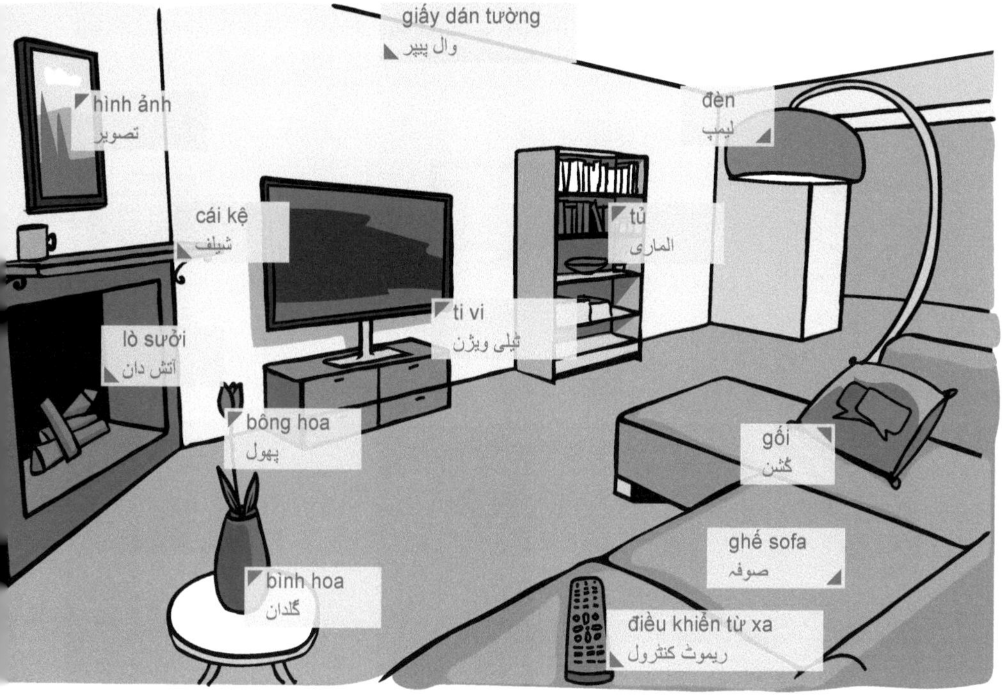

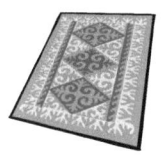

thảm

قالین

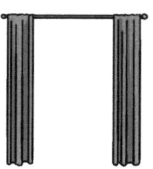

rèm

پردے

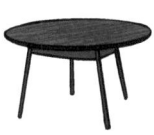

cái bàn

میز

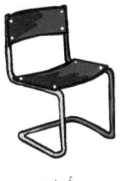

ghế

کُرسی

ghế bập bênh

ہلنے والی کُرسی

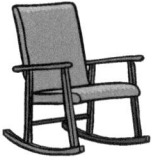

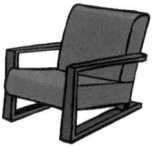

ghế bành

آرام کُرسی

sách

كتاب

cái chăn

كمبل

đồ trang trí

آرائش

củi

جلانے کی لکڑی

phim

فلم

máy hi-fi

ہائی فائی

chìa khóa

چابی

báo

اخبار

bức tranh

پینٹنگ

áp phích

پوسٹر

radio

ریڈیو

sổ ghi chép

نوٹ بُک

máy hút bụi

ویکیوم کلینر

cây xương rồng

کیکٹس

cây nến

موم بتی

bếp
باورچی خانہ

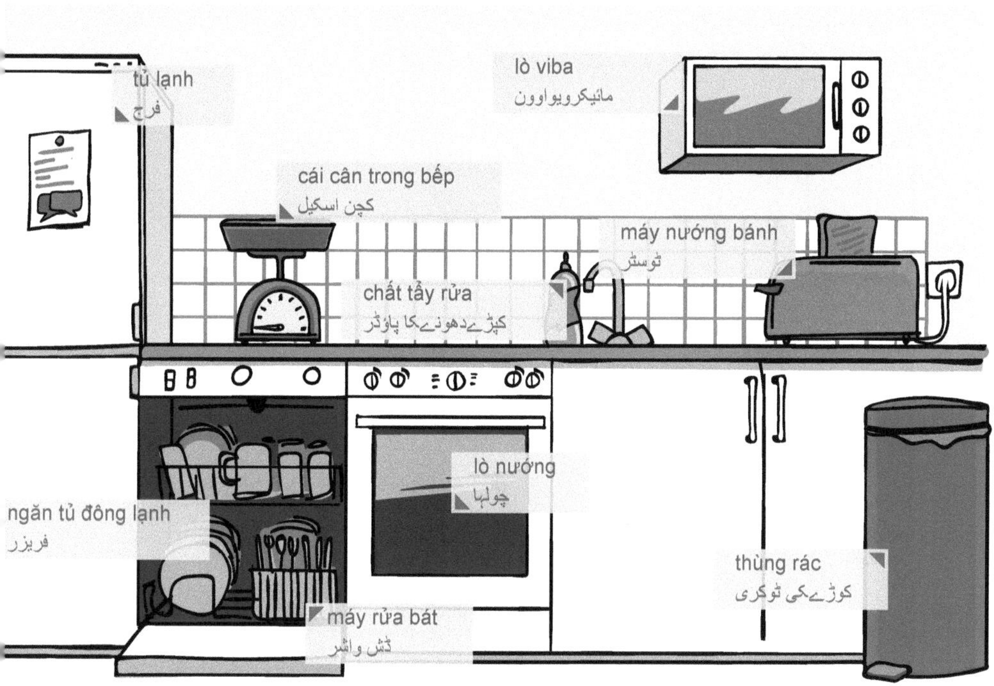

tủ lạnh
فرج
lò viba
مائیکروویو اوون
cái cân trong bếp
کچن اسکیل
máy nướng bánh
ٹوسٹر
chất tẩy rửa
کپڑے دھونے کا پاؤڈر
lò nướng
چولہا
ngăn tủ đông lạnh
فریزر
thùng rác
کوڑے کی ٹوکری
máy rửa bát
ڈش واشر

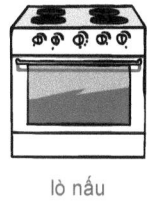

lò nấu
ککر

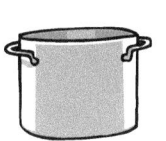

nồi
برتن

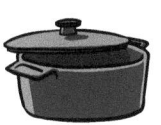

nồi sắt
لوہے کا برتن

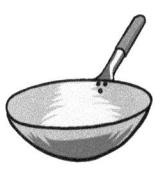

chảo
کڑاہی

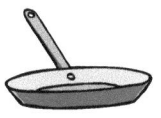

chảo
برتن

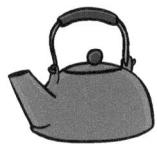

ấm đun nước
کیتلی

nồi đun hơi

استیمر

khay lò nướng

بیکنگ ٹرے

bát đĩa

کراکری

cốc

مگ

cái bát

پیالہ

đũa

چاپ اسٹکس

cái vá

ڈونی

bàn xẻng

کفچہ

que đánh kem

جھاڑو دینا

rây dùng trong bếp

مقطر

cái rây lọc

چھلنی

cái nạo

گریٹر

vữa

کونڈی

vỉ nướng

باربی کیو

ngọn lửa trần

کھُلی آگ

36   **bếp** - باورچی خانہ

cái thớt

چاپنگ بورڈ

trục cán bột

بیلن

cái mở nút chai

کارک اسکریو

vỏ đồ hộp

کین

cái mở vỏ đồ hộp

کین اوپنر

miếng nhắc nồi

برتن پکڑنےوالا کپڑا

bồn rửa bát

سنک

bàn chải

برش

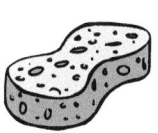

miếng xốp

اسپونج

máy xay

بلینڈر

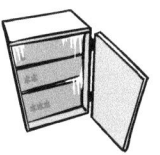

tủ đông lạnh

ڈیپ فریز

bình sữa cho trẻ sơ sinh

بچےکی بوتل

vòi nước

ٹُونٹی

phòng tắm

غسل خانہ

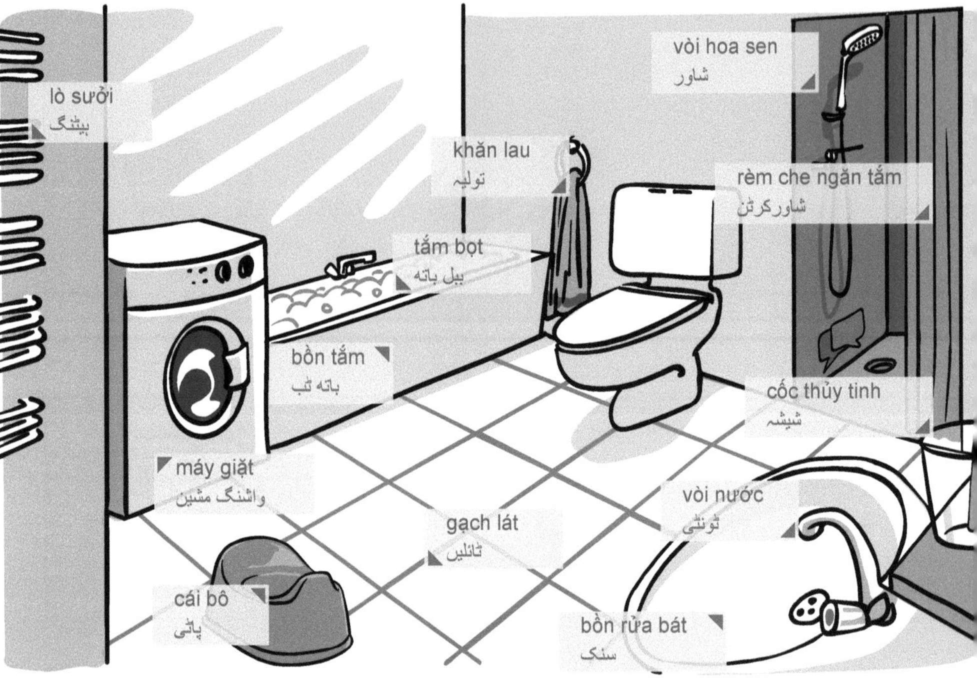

lò sưởi
ہیٹنگ
vòi hoa sen
شاور
khăn lau
تولیہ
rèm che ngăn tắm
شاورکرٹن
tắm bọt
ببل باتھ
bồn tắm
باتھ ٹب
cốc thủy tinh
شیشہ
máy giặt
واشنگ مشین
vòi nước
ٹونٹی
gạch lát
ٹائلیں
cái bô
پاٹی
bồn rửa bát
سنک

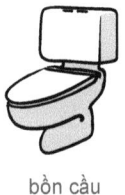

bồn cầu

ٹائلٹ

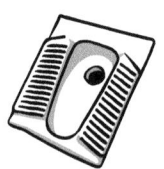

bồn cầu ngồi xổm

دوزانوں بیٹھنےوالی ٹائلٹ

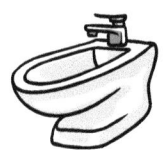

bồn rửa hậu môn

نچلاحصہ دھونےکیلئےپاٹ

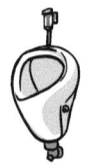

bồn tiểu tiện

پیشاب گاہ

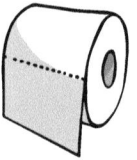

giấy vệ sinh

ٹائلٹ پیپر

bàn chải cọ bồn cầu

ٹائلٹ برش

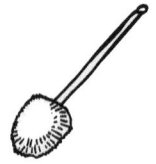

bàn chải đánh răng

ٹوتھ برش

kem đánh răng

ٹوتھ پیسٹ

chỉ nha khoa

ڈینٹل فلاس

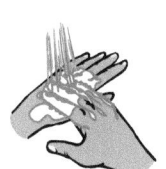

rửa

دھونا

vòi sen cầm tay

ہینڈ شاور

vòi rửa hậu môn

شاور

bồn rửa

بیسن

bàn chải cọ lưng

بیک برش

xà phòng

صابن

sữa tắm

شاورجل

dầu gội

شیمپو

khăn cọ để tắm

فلالین

lỗ thoát nước

ڈرین

kem

کریم

chất khử mùi

ڈیوڈورنٹ

gương

آئینہ

gương tay

ہاتھ میں پکڑا جانے والا آئینہ

dao cạo râu

ریزر

kem cạo râu

شیونگ فوم

nước thơm dùng sau khi
cạo râu

آفٹر شیو

cái lược

کنگھی

bàn chải

برش

máy xấy tóc

ہیئر ڈرائر

keo xịt tóc

ہیئر اسپرے

đồ trang điểm

میک اپ

thỏi son môi

لپ اسٹک

sơn bôi móng

نیل وارنش

bông

روئی

kéo cắt móng

ناخن کاٹنے کی قینچی

nước hoa

پرفیوم

túi đựng đồ tắm

واش بیگ

ghế đẩu

پاخانہ

cái cân

وزن کرنےکی مشین

áo choàng tắm

باتھ روب

găng tay làm vệ sinh

ربڑ کے دستانے

nút gạc

ٹیمپون

băng vệ sinh

سینیٹری ٹاول

nhà vệ sinh hóa chất

کیمیکل ٹائلٹ

phòng trẻ em

بچوں کا کمرہ

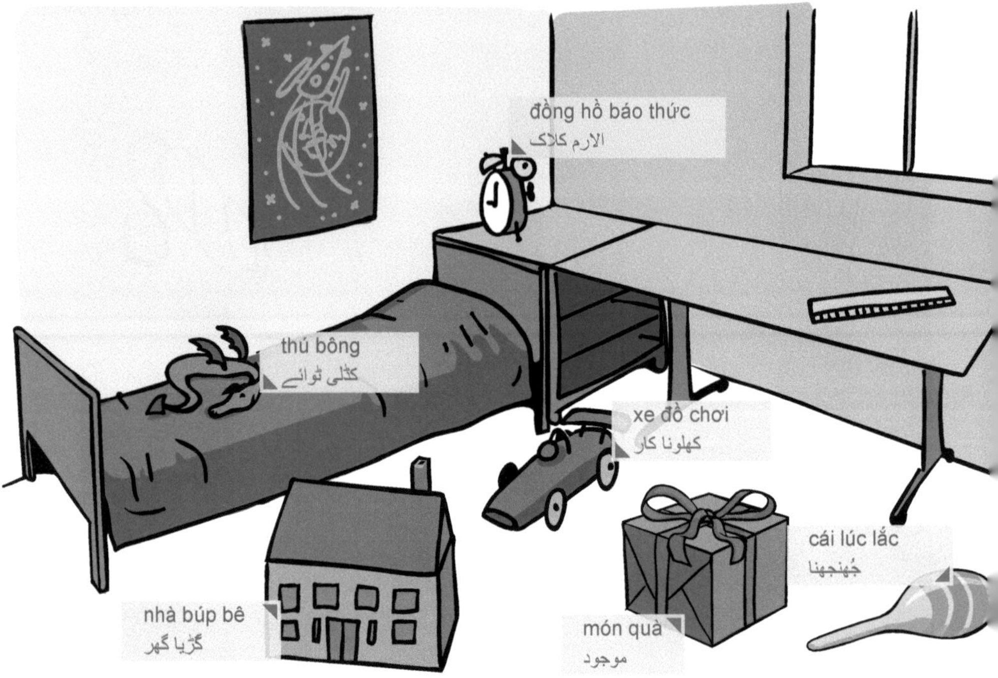

đồng hồ báo thức
الارم کلاک
thú bông
کڈلی ٹوائے
xe đồ chơi
کھلونا کار
cái lúc lắc
جُھنجھنا
nhà búp bê
گڑیا گھر
món quà
موجود

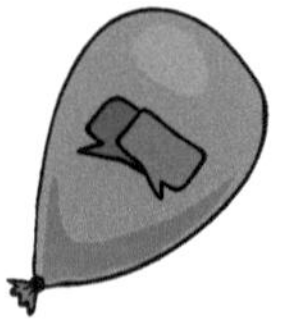

bong bóng

غبارہ

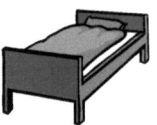

giường

بستر

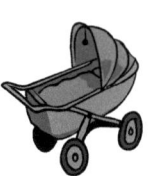

xe nôi

پرام

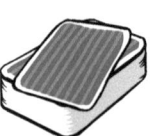

trò chơi bài

ڈیک آف کارڈز

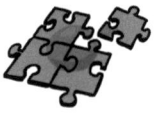

trò chơi ghép hình

جگسا

truyện tranh

کامک

gạch Lego

لیگوبرکس

khối xếp hình

کھلونا بلاکس

nhân vật hành động

ایکشن فگر

liền quần cho trẻ sơ sinh

بچےکا لباس

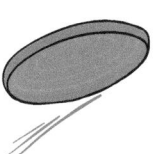

đĩa nhựa để ném

فرسبی

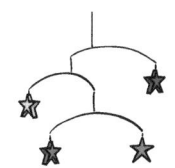

đồ chơi treo trên giường

کھلونا موبائل

trò chơi cờ bàn

بورڈ گیم

xúc xắc

ڈائس

đồ chơi xe lửa mô hình

ماڈل ٹرین سیٹ

ti giả

ڈمی

buổi tiệc

پارٹی

sách tranh

تصاویروالی کتاب

quả bóng

گیند

búp bê

گڑیا

chơi

کھیلنا

hố cát

سینڈ پٹ

cái đu

جھولا جھولنا

đồ chơi

کھلونے

máy chơi game cầm tay

وڈیوگیم کنسول

xe ba bánh

تین پہیوں والی سائیکل

gấu bông

ٹیڈی بیئر

tủ quần áo

کپڑوں کی الماری

y phục

لباس

bít tất

موزے

bít tất dài

اسٹاکنگز

quần tất

ٹائٹس

khăn choàng cổ
اسکارف

ô che mưa
چھتری

áp phông
ٹی شرٹ

ây thắt lưng
ٹ

ủng
بوٹ

dép đi trong nhà
سلیپر

giày sneaker
اسنیکرز

dép xăng đan
سینڈل

giày
جوتے

ủng cao su
ربڑ کے بوٹس

quần lót
زیر جامہ

áo ngực
بریزئیر

áo vest
واسکٹ

y phục - لباس

45

áo ôm sát cơ thể

جسم

quần dài

پتلون

quần bò

جینز

váy

اسکرٹ

áo cánh

بلاؤز

áo sơ mi

قمیض

áo len chui đầu

پُل اوور

áo len

سویٹر

áo blazer

بلیزر

áo jacket

جیکٹ

áo khoác

کوٹ

áo mưa

رین کوٹ

trang phục

کوئی خاص لباس

áo váy

لباس

áo cưới

شادی کا لباس

bộ com lê

سوٹ

áo ngủ

نائٹ گاؤن

pijama

پاجامہ

trang phục sari

ساڑھی

khăn trùm đầu

سر پر لیا جانے والا اسکارف

khăn đội đầu

پگڑی

áo burka

بُرقع

áo captan

کفتان

áo aba

عبایہ

quần áo bơi

تیراکی کا سوٹ

quần bơi

ٹرنک

quần đùi

نیکر

quần áo tracksuit

ٹریک سوٹ

tạp dề

ایپرن

găng tay

دستانے

y phục - لباس

cái cúc

بٹن

kính mắt

عینک

vòng đeo tay

کنگن

vòng cổ

ہار

nhẫn

انگوٹھی

hoa tai

کانوں کی بالیاں

mũ lưỡi trai

ٹوپی

cái mắc treo áo quần

کوٹ ہینگر

mũ

ہیٹ

cà vạt

ٹائی

dây kéo phéc mơ tuya

زپ

mũ bảo hiểm

ہیلمٹ

dây đeo quần

بریسز

đồng phục học sinh

سکول یونیفارم

đồng phục

وردی

yếm trẻ em
بب

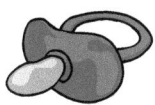

ti giả
ڈمی

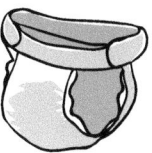

tã lót
نیپی

văn phòng
دفتر

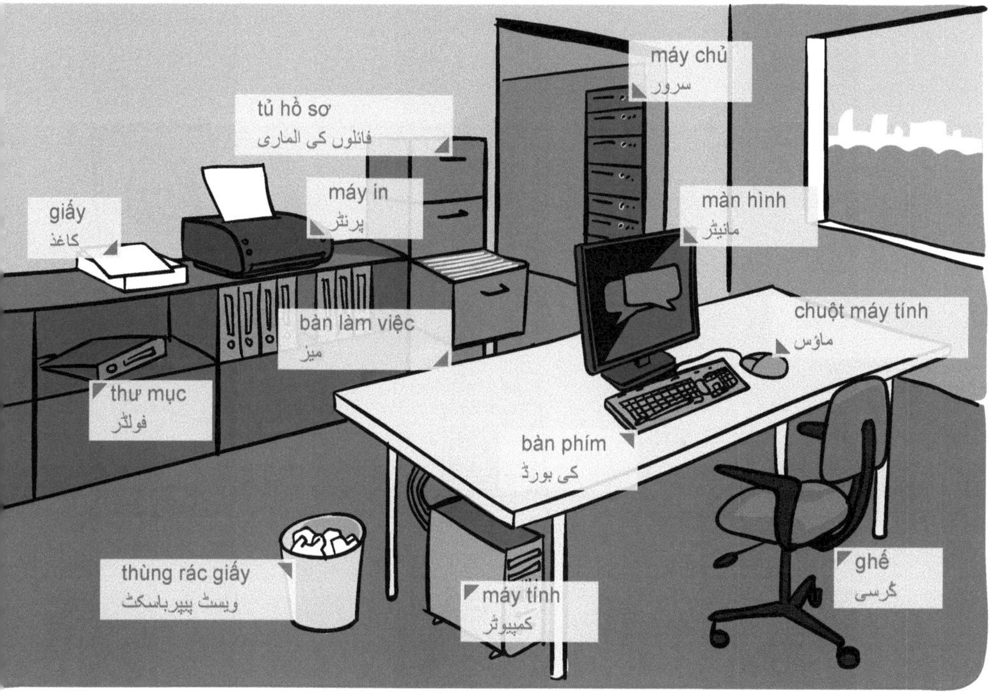

tủ hồ sơ
فائلوں کی الماری

máy chủ
سرور

giấy
کاغذ

máy in
پرنٹر

màn hình
مانیٹر

bàn làm việc
میز

chuột máy tính
ماؤس

thư mục
فولڈر

bàn phím
کی بورڈ

thùng rác giấy
ویسٹ پیپر باسکٹ

máy tính
کمپیوٹر

ghế
کرسی

cốc cà phê
کافی مگ

máy tính bỏ túi
کیلکولیٹر

internet
انٹرنیٹ

laptop

لیپ ٹاپ

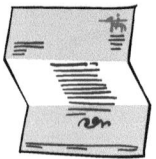

thư

خط

tin nhắn

پیغام

điện thoại di động

موبائل

mạng

نیٹ ورک

máy photocopy

فوٹوکاپیئر

phần mềm

سافٹ ویئر

điện thoại

ٹیلی فون

ổ cắm điện

پلگ ساکٹ

máy fax

فیکس مشین

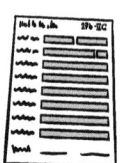

mẫu đơn

فارم

chứng từ

دستاویز

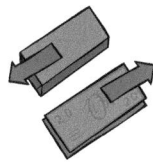

mua

خریدنا

trả tiền

ادائیگی کرنا

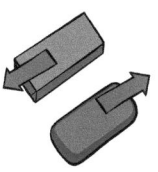

buôn bán

تجارت کرنا

tiền

رقم

đô la

ڈالر

Euro

یورو

yên

ین

rúp

روبل

franc Thụy Sĩ

سوئس فرانک

nhân dân tệ

رینمینبی یوآن

rupi

روپیہ

máy rút tiền tự động

کیش پوائنٹ

quầy đổi tiền

رقم تبدیل کرانے کیلئے دفتر

vàng

سونا

bạc

چاندی

dầu

خام تیل

năng lượng

توانائی

giá tiền

قیمت

hợp đồng

معاہدہ

thuế

ٹیکس

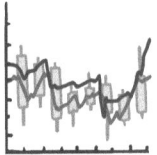

cổ phiếu

اسٹاک

làm việc

کام کرنا

nhân viên

ملازم

chủ lao động

آجر

nhà máy

فیکٹری

cửa hiệu

دکان

nghề nghiệp

پیشے

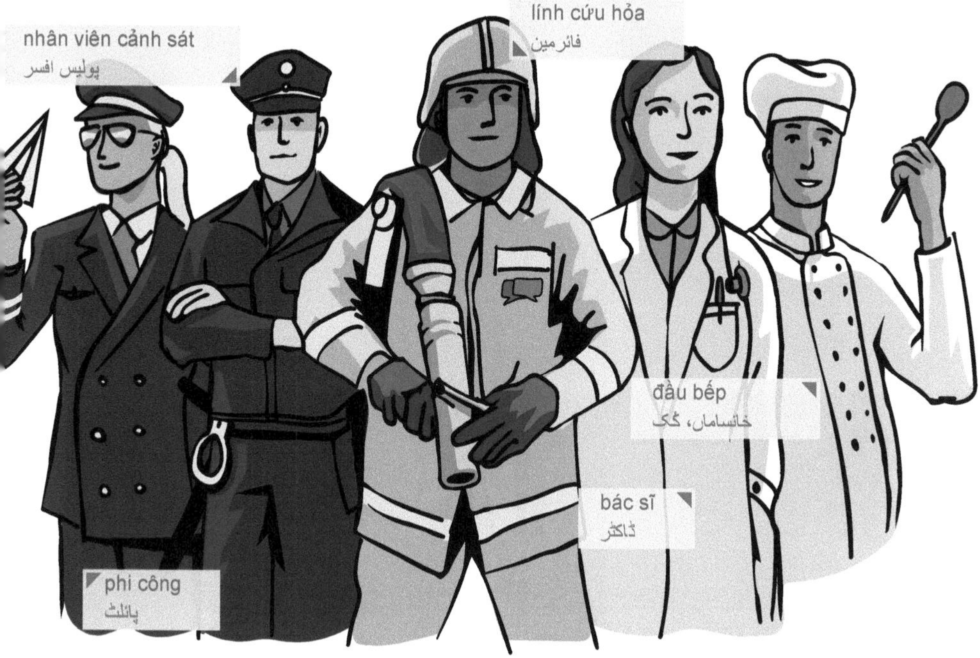
lính cứu hỏa
فائرمین
nhân viên cảnh sát
پولیس افسر
đầu bếp
خانساماں، کُک
bác sĩ
ڈاکٹر
phi công
پائلٹ

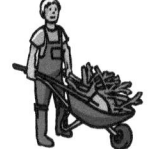

người làm vườn

مالی

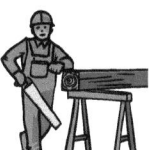

thợ mộc

ترکھان

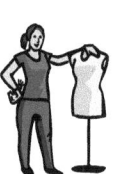

thợ may

درزن

chánh án

جج

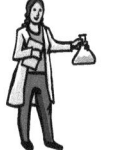

nhà hóa học

کیمسٹ

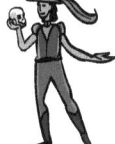

diễn viên

اداکار

tài xế xe buýt

بس ڈرائیور

người lái taxi

ٹیکسی ڈرائیور

ngư dân

مچھیرا

người lau dọn vệ sinh

صفائی کرنے والی عورت

thợ lợp mái nhà

چھت بنانے والا

bồi bàn

ویٹر

thợ săn

شکاری

họa sĩ

پینٹر

thợ làm bánh

بیکر

thợ điện

الیکٹریشین

thợ xây dựng

بلڈر

kỹ sư

انجینیر

người hàng thịt

قصائی

thợ sửa ống nước

پلمبر

người đưa thư

ڈاکیا

54   nghề nghiệp - پیشے

người lính

سپاہی

kiến trúc sư

آرکیٹیکٹ

nhân viên thu ngân

کیشئیر

người bán hoa

پھول بیچنےوالا

thợ cắt tóc

نائی

nhân viên soát vé

کنڈکٹر

thợ cơ khí

مکینک

thuyền trưởng

کپتان

nha sĩ

ڈینٹسٹ

nhà khoa học

سائنسدان

giáo sĩ Do thái

یہودی عالم

lãnh tụ Hồi giáo

امام

nhà sư

راہب

mục sư

پادری

dụng cụ
اوزار

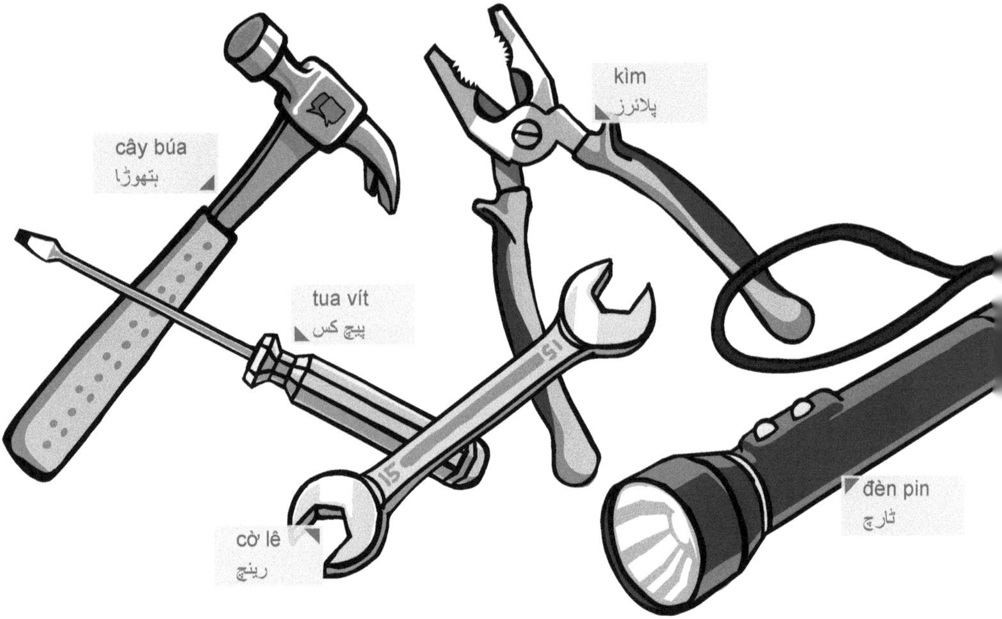

kìm
پلائرز
cây búa
ہتھوڑا
tua vít
پیچ کس
cờ lê
رینچ
đèn pin
ٹارچ

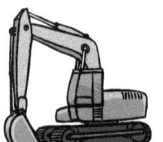

máy xúc đất
ایکسکویٹر

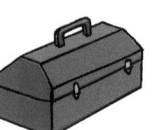

hộp dụng cụ
ٹول باکس

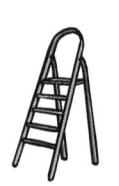

cái thang
سیڑھی

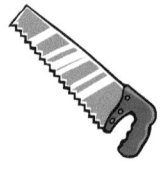

cưa
آری

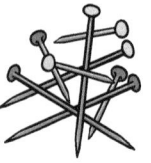

đinh
کیل

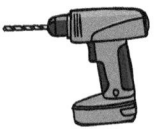

máy khoan
ڈرل

sửa chữa

مرمت کرنا

cái xẻng

بیلچہ

khốn nạn!

لعنت ہو!

cái hót rác

ٹسٹ پین

thùng sơn

پینٹ پاٹ

vít

پیچ

nhạc cụ

آلات موسیقی

loa

لاؤڈ اسپیکر

bộ trống

ڈرم سیٹ

đàn ghi ta

گٹار

đàn công tra bát

ڈبل باس

kèn trompet

بگل

đàn piano

پیانو

đàn vĩ cầm

وائلن

ghi ta bass

موسیقی کی آواز

trống định âm

ٹمپانی

trống

ڈھول، ڈرمز

đàn organ

کی بورڈ

kèn Saxophone

سیکسوفون

sáo

بانسری

micro

مائیکروفون

vườn bách thú

چڑیا گھر

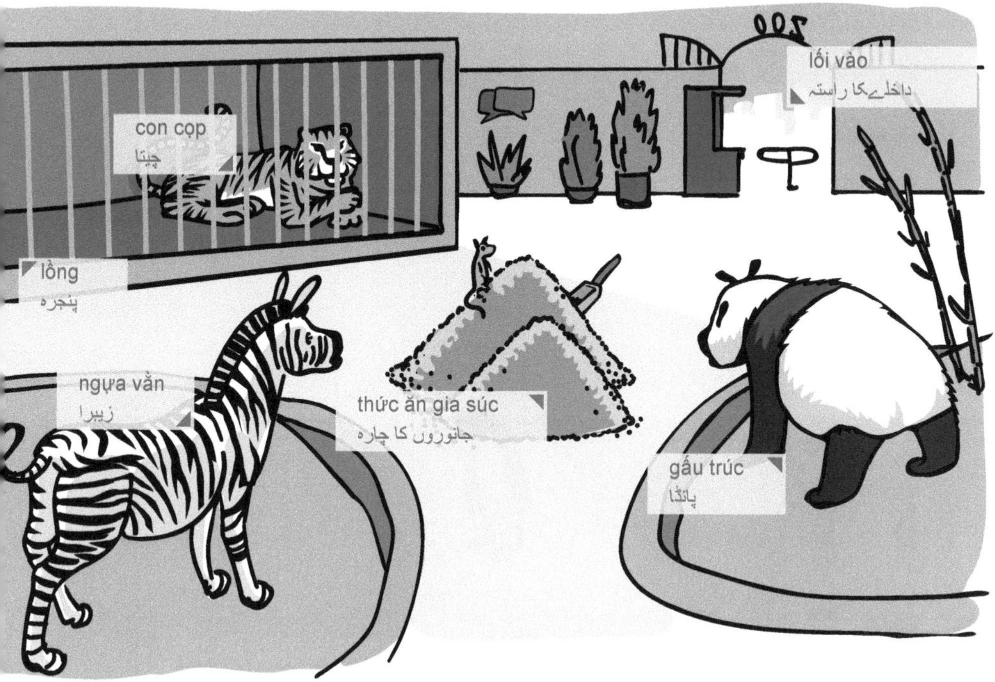
con cọp
چیتا
lối vào
داخلے کا راستہ
lồng
پنجرہ
ngựa vằn
زیبرا
thức ăn gia súc
جانوروں کا چارہ
gấu trúc
پانڈا

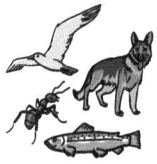

động vật

جانور

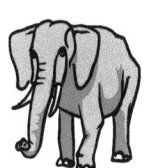

con voi

ہاتھی

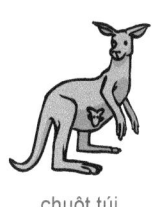

chuột túi

کینگرو

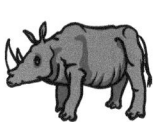

tê giác

گینڈا

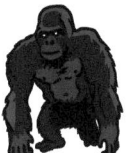

khỉ đột

گوریلا

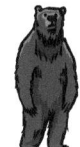

con gấu

ریچھ

lạc đà

اونٹ

đà điểu

شُترمُرغ

sư tử

شیر

con khỉ

بندر

hồng hạc

فلیمنگو

con vẹt

طوطا

gấu bắc cực

قطبی ریچھ

chim cánh cụt

کبوتر

cá mập

شارک

con công

مور

con rắn

سانپ

cá sấu

مگرمچھ

người trông giữ vườn bách thú

چڑیا گھر کا محافظ

hải cẩu

سیل

báo đốm

امریکی تیندوا

ngựa lùn

ٹٹو

con báo

چیتا

hà mã

دریائی گھوڑا

hươu cao cổ

زرافہ

đại bàng

عقاب

heo rừng

سؤر

cá

مچھلی

con rùa

کچھوا

hải mã

سمندری گھوڑا

con cáo

لومڑی

linh dương

غزال ہرن

bóng bầu dục Mỹ
امریکن فٹ بال

đua xe đạp
سائیکلنگ

quần vợt
ٹینس

bóng rổ
باسکٹ بال

bơi
پیراکی

khúc côn cầu trên băng
آئس ہاکی

đấm bốc
باکسنگ

bóng đá
فٹ بال

cầu lông
بیڈمنٹن

điền kinh
اتھلیٹکس

bóng ném
ہینڈ بال

trượt tuyết
اسکیئنگ

polo
پولو

cười
بنسنا

ảy
چھلانگ ل

ôm
گلے لگانا

đi bộ
چلنا

ca hát
گانا

mơ
خواب دیکھنا

cầu nguyện
دُعا کرنا

hôn
چُومنا

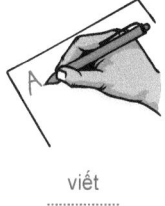

viết

لکھنا

vẽ

تصویرکشی کرنا

chỉ trỏ

دکھانا

đẩy

آگے کی طرف دھکیلنا

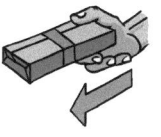

cho

دینا

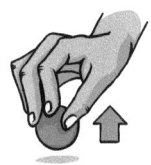

lấy đi

لینا

có

رکھنا

làm

کرنا

thì / là

ہونا

đứng

کھڑا ہونا

chạy

دوڑنا

kéo

کھینچنا

ném

پھینکنا

rơi

گرنا

nằm

جھوٹ بولنا

chờ đợi

انتظار کرنا

mang vác

اٹھانا

ngồi

بیٹھنا

mặc quần áo

ملبوس ہونا

ngủ

سونا

thức dậy

جاگنا

xem

ديکھنا

khóc

رونا

vuốt ve

چوٹ لگانا

chải

کنگھی کرنا

nói chuyện

بات کرنا

hiểu

سمجھنا

câu hỏi

پوچھنا

nghe

مُتوجہ ہونا

uống

پینا

ăn

کھانا

dọn dẹp

صاف کرنا

yêu

پیار کرنا

nấu nướng

پکانا

lái xe

گاڑی چلانا

bay

اڑنا

đi thuyền buồm

....

بحری سفر کرنا

tính toán

....

شمار کریں

đọc

....

پڑھنا

học

....

سیکھنا

làm việc

....

کام کرنا

cưới

....

شادی کرنا

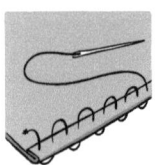

khâu vá

....

سینا

đánh răng

....

دانت صاف کرنا

giết

....

جان سے مار دینا

hút thuốc

....

تمباکو نوشی کرنا

gửi đi

....

بھیجنا

gia đình
خاندان

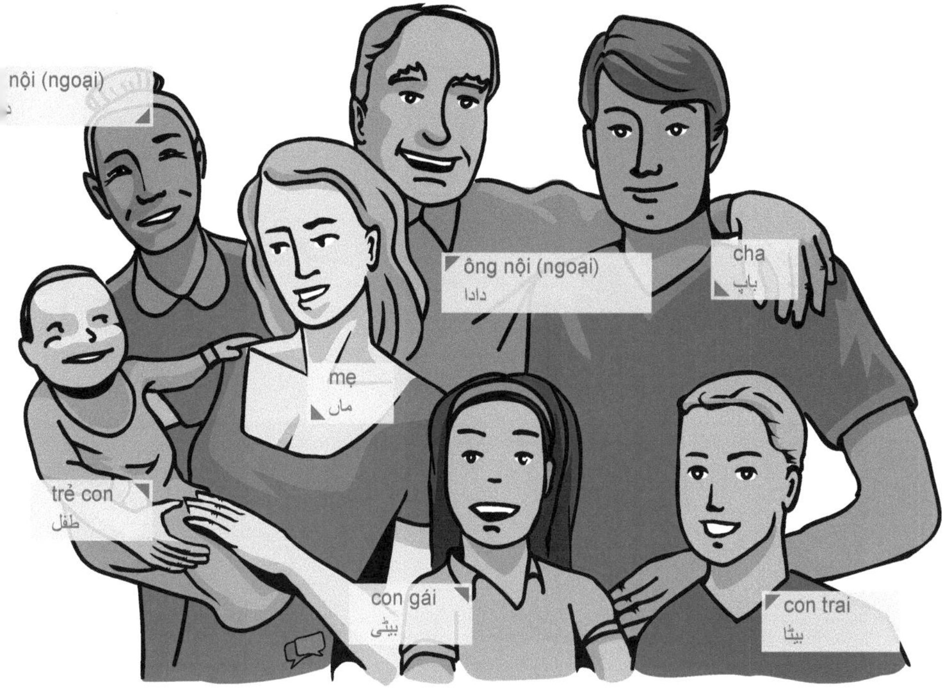

nội (ngoại)
ông nội (ngoại)
دادا
cha
باپ
mẹ
ماں
trẻ con
طفل
con gái
بیٹی
con trai
بیٹا

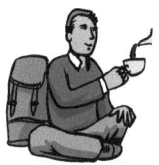

khách

مہمان

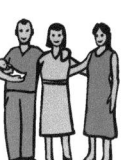

cô (dì)

چچی

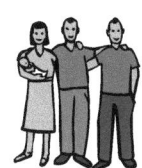

chú, bác (cậu)

چچا

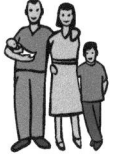

anh (em) trai

بھائی

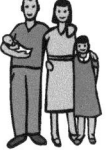

chị (em) gái

بہن

cơ thể

جسم

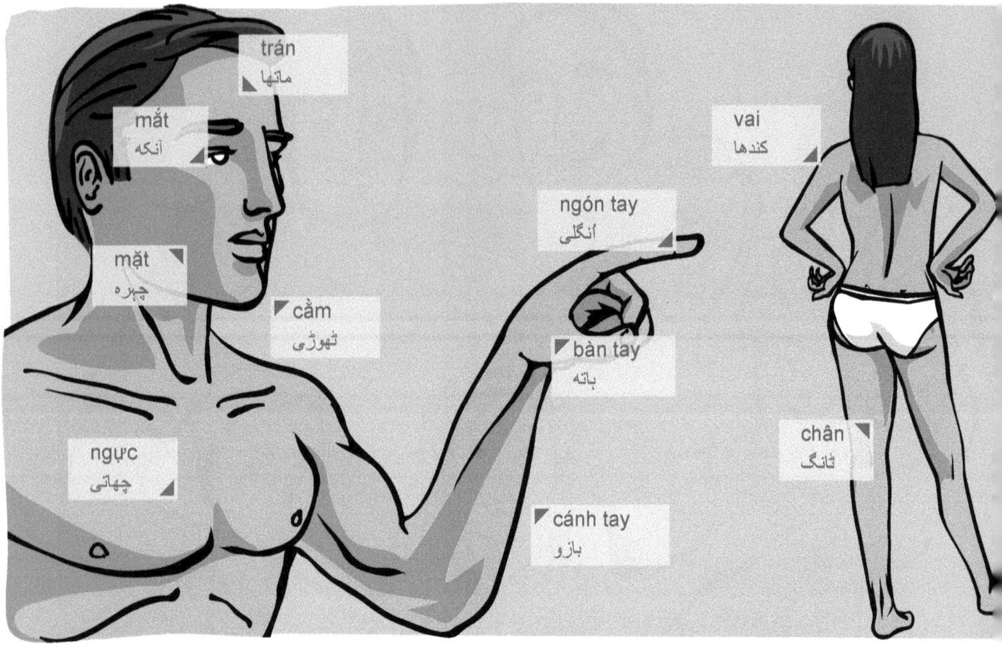

trán
ماتھا

mắt
آنکہ

vai
کندھا

ngón tay
انگلی

mặt
چہرہ

cằm
ٹھوڑی

bàn tay
ہاتھ

ngực
چھاتی

chân
ٹانگ

cánh tay
بازو

trẻ con

طفل

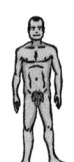

đàn ông

آدمی

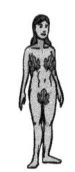

phụ nữ

عورت

bé gái

لڑکی

bé trai

لڑکا

đầu

سر

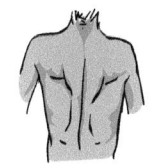

lưng

....

کمر

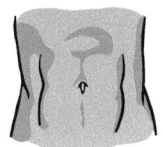

bụng

....

پیٹ

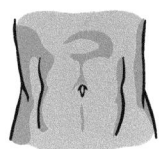

rốn

....

ناف

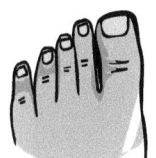

ngón chân

....

پاؤں کا انگوٹھا

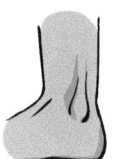

gót chân

....

ایڑھی

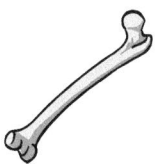

xương

....

ہڈی

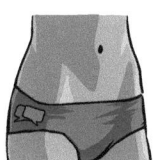

hông

....

کولہا

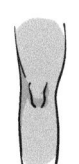

đầu gối

....

گھٹنا

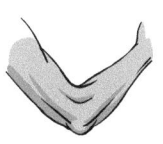

khuỷu tay

....

کہنی

mũi

....

ناک

mông

....

نچلا حصہ

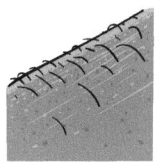

da

....

جلد

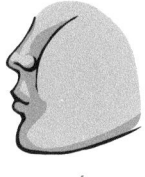

má

....

گال

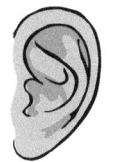

tai

....

کان

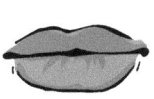

môi

....

ہونٹ

miệng

مُنہ

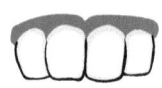

răng

دانت

lưỡi

زُبان

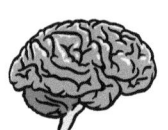

não

دماغ

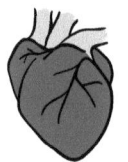

tim

دل

cơ bắp

پٹھہ

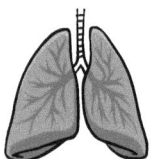

phổi

پھیپھڑا

gan

جگر

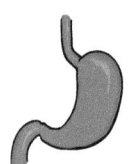

dạ dày

معدہ

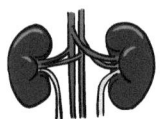

thận

گردے

giao hợp

جنس

bao cao su

کنڈوم

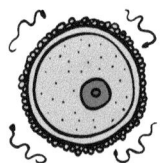

noãn

بیضہ

tinh dịch

مادہ منویہ

mang thai

حمل

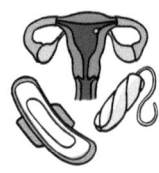

kinh nguyệt

حيض

âm vật

اندام نهانی

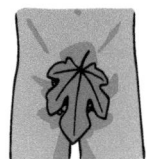

dương vật

عضوتناسل

lông mày

بهنويں

tóc

بال

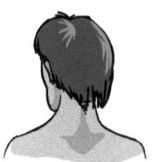

cổ

گردن

bệnh viện

ہسپتال

bệnh viện
ہسپتال
xe cứu thương
ایمبولینس
xe lăn
وہیل چیئر
gãy xương
ہڈی ٹوٹنا

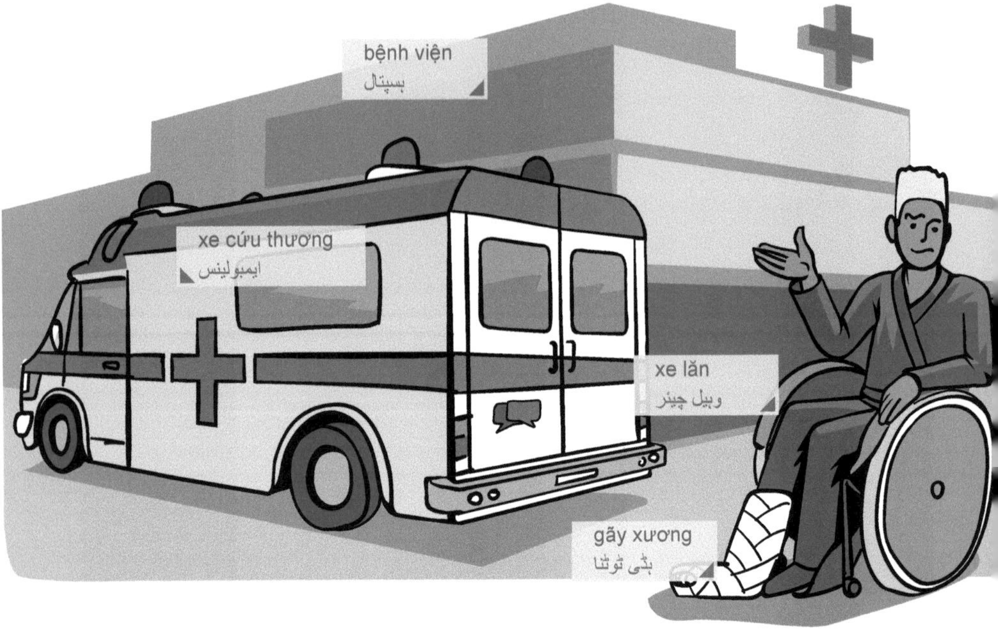

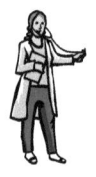

bác sĩ

ڈاکٹر

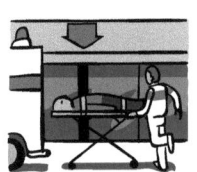

phòng cấp cứu

ہنگامی کمرہ

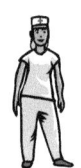

y tá

نرس

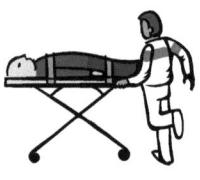

cấp cứu

ہنگامی صورتحال

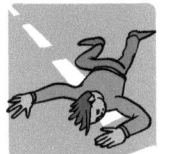

bất tỉnh

بےہوش

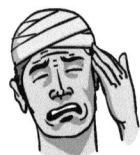

cơn đau

درد

bị thương

زخم

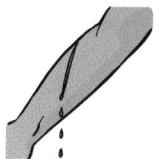

chảy máu

خون بہنا

nhồi máu cơ tim

دل کا دورہ

đột quỵ

فالج

dị ứng

الرجی

ho

کھانسی

sốt

بخار

cúm

زکام

tiêu chảy

اسہال

đau đầu

سردرد

ung thư

کینسر

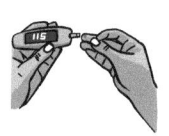

bệnh tiểu đường

ذیابیطس

bác sĩ phẫu thuật

سرجن

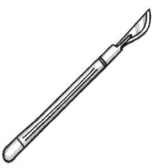

dao mổ

نشتر

giải phẫu

آپریشن

chụp cắt lớp

سی ٹی

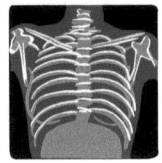

chụp x-quang

ایکس رے

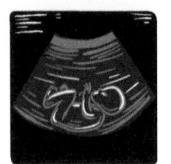

siêu âm

الٹراساؤنڈ

mặt nạ

چہرے کا نقاب

bệnh

بیماری

phòng đợi

انتظار گاہ

cái nạng

بیساکھی

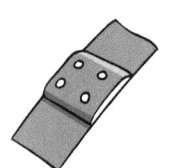

băng dán vết thương

پلاسٹر

băng bó

پٹی

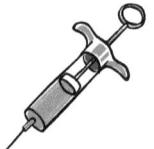

tiêm thuốc

انجکشن

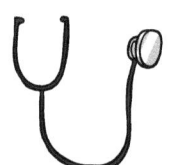

ống nghe khám bệnh

استیتھواسکوپ

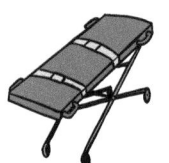

băng ca

اسٹریچر

nhiệt kế

مطبی تھرما میٹر

sinh đẻ

پیدائش

thừa cân

حد سے زیادہ وزن

máy trợ thính

آلہ سماعت

chất khử trùng

جراثیم کش

nhiễm trùng

انفیکشن

vi rút

وائرس

HIV / AIDS

ایچ آئی وی/ ایڈز

thuốc

دوا

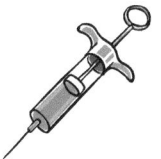

tiêm chủng

ویکسی نیشن

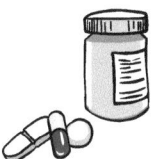

thuốc viên

گولیاں

viên thuốc

گولی

gọi cấp cứu

ہنگامی کال

máy đo huyết áp

بلڈ پریشرمانیٹر

bệnh / khỏe mạnh

بیمار/ صحتمند

cứu!

مدد!

báo động

الارم

cuộc đột kích

مُجرمانہ حملہ

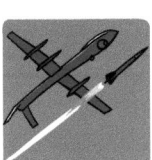

sự tấn công

حملہ

mối nguy hiểm

خطرہ

lối thoát hiểm

ہنگامی راستہ

cháy!

آگ!

bình chữa cháy

آگ بُجھانے والہ آلہ

tai nạn

حادثہ

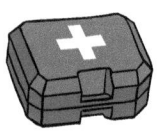

bộ dụng cụ sơ cứu

ابتدائی طبی امداد کی کٹ

SOS

ایس او ایس

cảnh sát

پولیس

châu Âu

يورپ

Bắc Mỹ

شمالى امريكہ

Nam Mỹ

جنوبى امريكہ

châu Phi

افريقہ

châu Á

ايشيا

châu Úc

آسٹريليا

Đại Tây Dương

بحراوقيانوس

Thái Bình Dương

بحرالکابل

Ấn Độ Dương

بحرہند

Nam Cực Dương

بحرقطب جنوبى

Bắc Băng Dương

بحرقطب شمالى

bắc cực

قطب شمالى

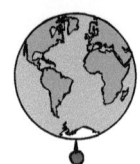

nam cực

قُطب جنوبی

nam cực

انٹارکٹیکا

trái đất

زمین

đất liền

زمین

biển

سمندر

đảo

جزیرہ

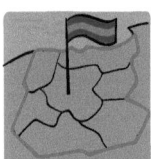

quốc gia

قوم

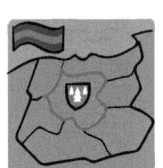

nhà nước

ریاست

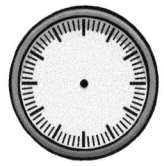

mặt đồng hồ

کلاک کا سامنے کا حصہ

kim chỉ giờ

گھنٹوں والی سوئی

kim chỉ phút

منٹوں والی سوئی

kim chỉ giây

سیکنڈ ہینڈ

Bây giờ là mấy giờ?

کیا وقت ہوا ہے؟

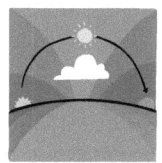

ngày

دن

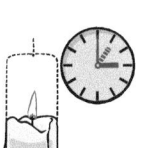

thời gian

وقت

bây giờ

اب

đồng hồ điện tử

ڈیجیٹل گھڑی

phút

منٹ

giờ

گھنٹہ

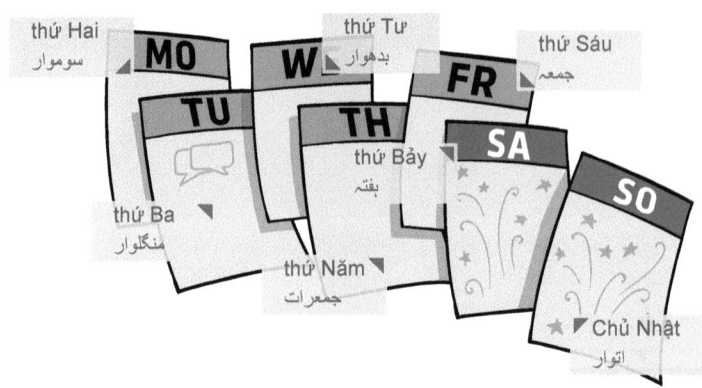

thứ Hai — سوموار
thứ Tư — بدھوار
thứ Sáu — جمعہ
thứ Ba — منگلوار
thứ Bảy — ہفتہ
thứ Năm — جمعرات
Chủ Nhật — اتوار

hôm qua

گزرا کل

hôm nay

آج

ngày mai

کل

buổi sáng

صبح

buổi trưa

دوپہر

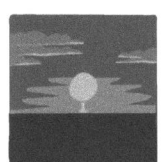

buổi tối

شام

MO	TU	WE	TH	FR	SA	SU
1	2	3	4	5	6	7
8	9	10	11	12	13	14
15	16	17	18	19	20	21
22	23	24	25	26	27	28
29	30	31	1	2	3	4

ngày làm việc

کاروباری دن

MO	TU	WE	TH	FR	SA	SU
1	2	3	4	5	6	7
8	9	10	11	12	13	14
15	16	17	18	19	20	21
22	23	24	25	26	27	28
29	30	31	1	2	3	4

cuối tuần

ہفتے کا اختتام

năm
سال

mưa
بارش
cầu vồng
قوس قزح
gió
ہوا
tuyết
برف
mùa xuân
بہار
mùa hè
موسم گرما
mùa thu
خزاں
mùa đông
موسم سرما

4.APRIL 11°
5.APRIL 4°
6.APRIL 13°
7.APRIL 8°
8.APRIL 10°

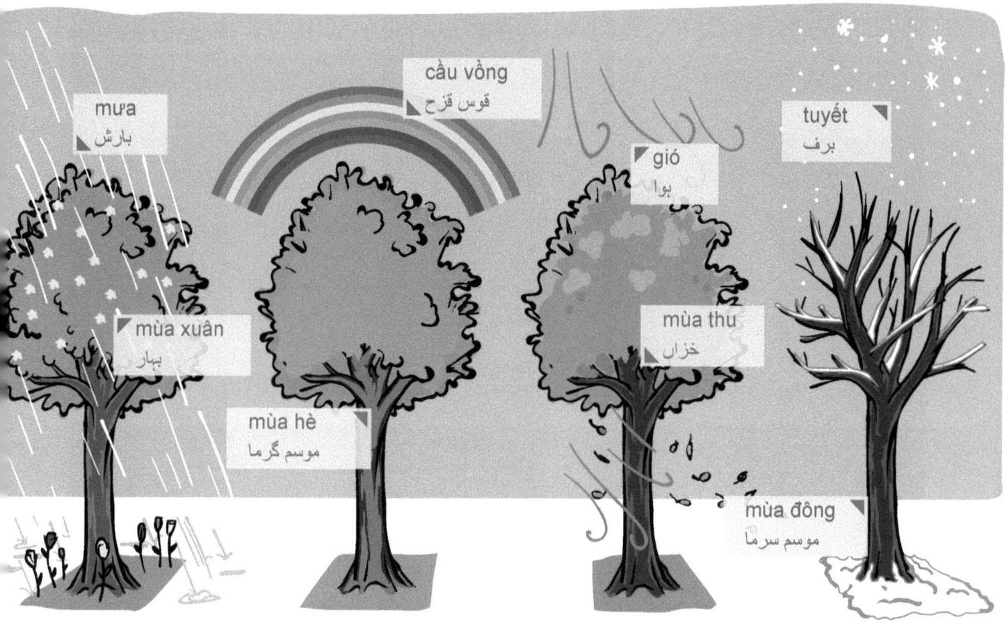

dự báo thời tiết
موسمی پیش گوئی

F
C
120
90
60
30
0
-30
40
30
20
10
0
-10
-20

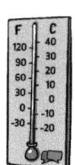

nhiệt kế
تھرما میٹر

ánh nắng
دھوپ

mây
بادل

sương mù
دُھند

độ ẩm không khí
حبس

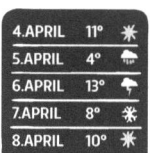

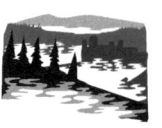

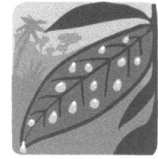

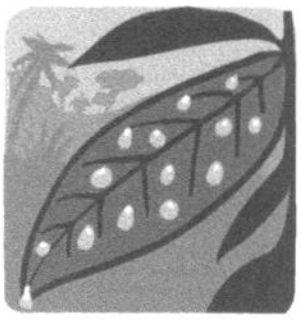

tia chớp

بجلی کوندھنا

sấm sét

بادلوں کی گرج

cơn bão

طوفان

mưa đá

ژالہ باری

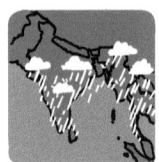

gió mùa

مون سون

lũ lụt

سیلاب

nước đá

برف

tháng Một

جنوری

tháng Hai

فروری

tháng Ba

مارچ

tháng Tư

اپریل

tháng Năm

مئی

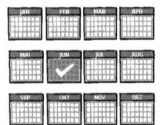

tháng Sáu

جون

tháng Bảy

جولائی

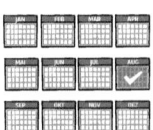

tháng Tám

اگست

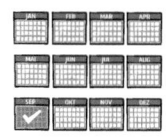

tháng Chín

ستمبر

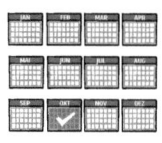

tháng Mười

اكتوبر

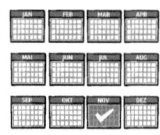

tháng Mười Một

نومبر

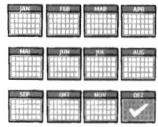

tháng Mười Hai

دسمبر

hình dạng
اشكال

hình tròn

دائره

hình vuông

چوكور

hình chữ nhật

مُستطیل

hình tam giác

تكون

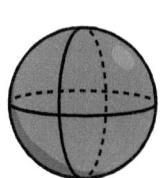

hình cầu

كره

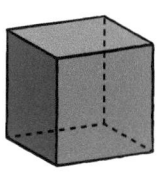

khối vuông

مكعب

màu trắng

سفید

màu vàng

پیلا

màu cam

نارنجی

màu hồng

گلابی

màu đỏ

سُرخ

màu tím

جامنی

màu xanh dương

نیلا

màu xanh lá cây

سبز

màu nâu

بھورا

màu xám

مٹیالا

màu đen

سیاه

nhiều / ít

بہت زیادہ / بہت کم

tức tối / điềm tĩnh

ناراض / پُرسکون

xinh đẹp / xấu xí

خوبصورت / بدصورت

bắt đầu / kết thúc

آغاز / اختتام

to / nhỏ

بڑا / چھوٹا

sáng / tối

روشن / اندھیرا

nh (em) trai / chị (em) gái

بھائی / بہن

sạch / bẩn

صاف / گندا

đủ / thiếu

مکمل / نامکمل

ngày / đêm

دن / رات

chết / sống

زندہ / مُردہ

rộng / chật hẹp

چوڑا / تنگ

ăn được / không ăn được

كھانے کے قابل ہونا / کھانے کے قابل نہ ہونا

ác / tử tế

بُرا / اچھا

hào hứng / chán nản

پُرجوش / بوریت کا شکار

béo / gầy

موٹا / دُبلا

đầu tiên / cuối cùng

پہلا / آخری

bạn / thù

دوست / دُشمن

đầy / rỗng

بھرا ہوا / خالی

cứng / mềm

سخت / نرم

nặng / nhẹ

بوجھل / ہلکا

đói / khát

بھوک / پیاس

bệnh / khỏe mạnh

بیمار / صحتمند

bất hợp pháp / hợp pháp

غیرقانونی / قانونی

thông minh / ngu

عقلمند / بیوقوف

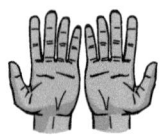

trái / phải

بائیں / دائیں

gần / xa

نزدیک / دور

86   مخالف - đối lập

mới / cũ

نیا / پُرانا

không có gì cả / có cái gì đó

کچھ نہیں / کچھ ہے

già / trẻ

بوڑھا / نوجوان

bật / tắt

آن / آف

mở / đóng

کُھلا / بند

im lặng / ồn ào

خاموش / بُلند آواز

giàu / nghèo

امیر / غریب

đúng / sai

ٹھیک / غلط

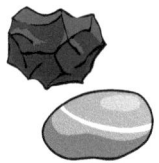

sần sùi / mịn màng

کھُردرا / ہموار

buồn / vui

افسردہ / خوش

ngắn / dài

مُختصر / طویل

chậm / nhanh

آہستہ / تیز

ẩm ướt / khô ráo

گیلا / خُشک

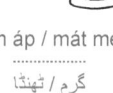

ấm áp / mát mẻ

گرم / ٹھنڈا

chiến tranh / hòa bình

جنگ / امن

0

số không

صفر

1

một

ایک

2

hai

دو

3

ba

تین

4

bốn

چار

5

năm

پانچ

6

sáu

چھ

7

bảy

سات

8

tám

آٹھ

9

chín

نو

10

mười

دس

11

mười một

گیاره

12

mười hai

باره

13

mười ba

تيره

14

mười bốn

چوده

15

mười lăm

پندره

16

mười sáu

سوله

17

mười bảy

ستره

18

mười tám

اتهاره

19

mười chín

انیس

20

hai mươi

بیس

100

một trăm

سو

1.000

một ngàn

هزار

1.000.000

một triệu

دس لاکه

tiếng Anh

انگریزی

tiếng Anh Mỹ

امریکی انگریزی

tiếng Quan Thoại

چینی مینڈارین

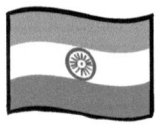

tiếng Hin-di

ہندی

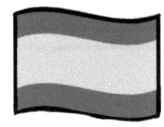

tiếng Tây Ban Nha

ہسپانوی

tiếng Pháp

فرانسیسی

tiếng Ả-rập

عربی

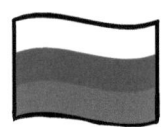

tiếng Nga

روسی

tiếng Bồ Đào Nha

پُرتگالی

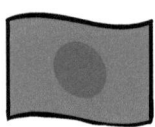

tiếng Bengal

بنگالی

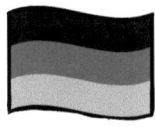

tiếng Đức

جرمن

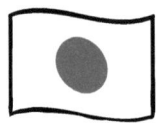

tiếng Nhật

جاپانی

tôi

میں

bạn

تم

anh ta / cô ta / nó

وہ (لڑکا) / وہ (لڑکی) / یہ

chúng tôi

ہم

các bạn

تم

họ

وہ

ai?

کون؟

cái gì?

کیا؟

như thế nào?

کیسے؟

ở đâu?

کہاں؟

lúc nào?

کب؟

tên

نام

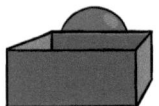

phía sau

پیچھے

ở trong

میں

phía trước

کے سامنے

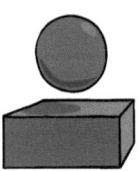

phía trên

اوپر

ở trên

پر

ở dưới

نیچے

bên cạnh

ساتھه

ở giữa

درمیان

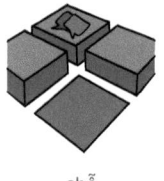

chỗ

جگہ